ಕನ್ನಡ ಪುಸ್ತಕ ಪ್ರಾಧಿಕಾರದ 1995ರ 'ಪುಸ್ತಕ ಸೊಗಸು' ಪ್ರಶಸ್ತಿ ಪುರಸ್ಕೃತ ಕೃತಿ

ಕಂದಾ ಓದುವೆಯಾ ?

ಭಾಗ – ೧

ಬಿ. ಕೆ. ತಿರುಮಲಮ್ಮ

ನವಕರ್ನಾಟಕ ಪ್ರಕಾಶನ

KANDAA ODUVEYAA ? Bhaaga - 1 (Kannada)
Model Kannada Lessons for Learners. Part - 1
by B. K. Thirumalamma

Thirteenth Print : 2024 Pages : 28 Price : ₹ 60
Paper : 80 gsm Maplitho 15.5 Kg (¼ Crown Size)

ಮೊದಲನೇ ಮುದ್ರಣ : 1995
ಮರುಮುದ್ರಣಗಳು : 1996, 1999, 2006, '07, '09, '10, '14, '16, '21, '22, '22
ಹದಿಮೂರನೇ ಮುದ್ರಣ : 2024

ಕೃತಿಸ್ವಾಮ್ಯ : ನವಕರ್ನಾಟಕ ಪಬ್ಲಿಕೇಷನ್ಸ್ ಪ್ರೈವೆಟ್ ಲಿಮಿಟೆಡ್

ಬೆಲೆ : ₹ 60

ಮುಖಚಿತ್ರ ಮತ್ತು ಒಳಚಿತ್ರಗಳು : ಗುಜ್ಜಾರ್
ಚಿತ್ರಗಳ ಒಡೆತನ : ಪ್ರಕಾಶಕರದು

ಪ್ರಕಾಶಕರು
ನವಕರ್ನಾಟಕ ಪಬ್ಲಿಕೇಷನ್ಸ್ ಪ್ರೈವೆಟ್ ಲಿಮಿಟೆಡ್
ಎಂಬೆಸಿ ಸೆಂಟರ್, ಕ್ರೆಸೆಂಟ್ ರಸ್ತೆ, ಬೆಂಗಳೂರು–560 001
ದೂರವಾಣಿ : 080–22161900 / 22161901 / 22161902

ಶಾಖೆಗಳು/ಮಳಿಗೆಗಳು
ನವಕರ್ನಾಟಕ, ಕ್ರೆಸೆಂಟ್ ರಸ್ತೆ, ಬೆಂಗಳೂರು – 560 001, ದೂರವಾಣಿ : 080–22161913/14, Email : nkpsales@gmail.com
ನವಕರ್ನಾಟಕ, ಕೆಂಪೇಗೌಡ ರಸ್ತೆ, ಬೆಂಗಳೂರು – 560 009, ದೂರವಾಣಿ : 080–22203106, Email : nkpkgr@gmail.com
ನವಕರ್ನಾಟಕ, ಶರವು ದೇವಸ್ಥಾನ ರಸ್ತೆ, ಮಂಗಳೂರು – 575 001, ದೂರವಾಣಿ : 0824–2441016, Email : nkpmng@gmail.com
ನವಕರ್ನಾಟಕ, ಬಲ್ಮಠ, ಮಂಗಳೂರು – 575 001, ದೂರವಾಣಿ : 0824–2425161, Email : nkpbalmatta@gmail.com
ನವಕರ್ನಾಟಕ, ರಾಮಸ್ವಾಮಿ ವೃತ್ತ, ಮೈಸೂರು – 570 024, ದೂರವಾಣಿ : 0821–2424094, Email : nkpmysuru@gmail.com
ನವಕರ್ನಾಟಕ, ಸ್ಟೇಷನ್ ರಸ್ತೆ, ಕಲಬುರಗಿ – 585 102, ದೂರವಾಣಿ : 08472–224302, Email : nkpglb@gmail.com
ನವಕರ್ನಾಟಕ, ಎಲ್‌ಇಎ ಕ್ಯಾಂಪಸ್, ಧಾರವಾಡ – 580 008, ದೂರವಾಣಿ : 0836–2001150, Email : nkpdhrd@gmail.com

ಮುದ್ರಕರು : ಎ. ಎಸ್. ಪ್ರಿಂಟ್ಸ್, ಬೆಂಗಳೂರು – 560 091

1307246823 **ISBN 978-81-7302-220-3**

Published by Navakarnataka Publications Private Limited
Embassy Centre, Crescent Road, Bengaluru - 560 001. Email : navakarnataka@gmail.com

ನಿಮ್ಮೊಂದಿಗೆ....

ಕನ್ನಡ ಭಾಷೆಯು ಕಲಿಸಲು, ಕಲಿಯಲು ಸಂಕೀರ್ಣವಾದ ಭಾಷೆ. ಈ ಭಾಷೆಯಲ್ಲಿ ೫೦ ಅಕ್ಷರಗಳು, ಗುಣಿತಾಕ್ಷರಗಳು, ಒತ್ತಕ್ಷರಗಳು ಇವೆ. ಈ ಭಾಷೆಯನ್ನು ಪುಟ್ಟ ಮಕ್ಕಳಿಗೆ ಕಲಿಸುವಾಗ, ಅವರು ಕಲಿಯುವಾಗ ಅನೇಕ ಗೊಂದಲಗಳುಂಟಾಗುತ್ತವೆ. ಈ ಗೊಂದಲವು ನನಗೆ ಸ್ಫೂರ್ತಿಯನ್ನು ನೀಡಿ ಈ ಭಾಷೆಯನ್ನು ಹೇಗೆ ಸರಳವಾಗಿ ಕಲಿಸಬೇಕೆಂಬ ಚಿಂತನೆಯಲ್ಲಿ ತೊಡಗುವಂತೆ ಮಾಡಿತು. ಇದರ ಫಲವಾಗಿ ಮಕ್ಕಳಿಗೆ ಎರಡು ಅಥವಾ ಮೂರು ಅಕ್ಷರಗಳನ್ನು ಹೊಂದಿರುವ ಪದಗಳಿಗೆ ಚಿತ್ರಗಳನ್ನು ಜೋಡಿಸಲಾಯಿತು. ಚಿತ್ರದೊಡನೆ ಇರುವ ಪದಗಳನ್ನು ಮಕ್ಕಳು ಓದಿದಾಗ, ಅಕ್ಷರಗಳಿಂದ ಪದರಚನೆ ಮಾಡಿದಾಗ ಸುಲಭವಾಗಿಯೂ, ಅರ್ಥಪೂರ್ಣವಾಗಿಯೂ ಅಕ್ಷರಗಳನ್ನು ಕಲಿಯಲಾರಂಭಿಸಿದರು. ಅಕ್ಷರಗಳನ್ನು ಬರೆಯುವ ವಿಧಾನದಲ್ಲೂ ಈ ರೀತಿಯ ಪ್ರಯೋಗಗಳನ್ನು ಮಾಡಲಾಯಿತು.

ಮಕ್ಕಳು ಕಾಗುಣಿತಾಕ್ಷರಗಳನ್ನು ಕಲಿತ ನಂತರ ಓದುವ ಪಠ್ಯಪುಸ್ತಕ ನಮ್ಮಲ್ಲಿ ಇರಲಿಲ್ಲ. ಆದುದರಿಂದ ಸಾವಿರದ ಒಂಭೈನೂರ ಐವತ್ತೊಂಭತ್ತರಲ್ಲಿ ನಮ್ಮ ಮಲ್ಲೇಶ್ವರಂ ಶಿಶುವಿಹಾರದ ಮಕ್ಕಳಿಗಾಗಿ "ಕಂದಾ ಓದುವೆಯಾ? ಭಾಗ–೧"ರಲ್ಲಿ ಇರುವ ಪಾಠಗಳನ್ನು ಕಾರ್ಡುಗಳ ಮೇಲೆ ಬರೆದು ಓದಲು ಕೊಡುತ್ತಿದ್ದೆವು. ಈ ಪಾಠಗಳು ಮಕ್ಕಳ ಅನುಭವಕ್ಕೆ ಸಿಕ್ಕುವುದರಿಂದ ಅವರು ಓದಿದಾಗ ಚೆನ್ನಾಗಿ ಅರ್ಥಮಾಡಿಕೊಂಡರಲ್ಲದೆ ತಾವೇ ಸ್ವತಃ ಕೆಲವು ವಾಕ್ಯಗಳನ್ನು ರಚಿಸಲು ಪ್ರಯತ್ನಿಸಿದರು. ಇದರಿಂದ ಮಕ್ಕಳ ಕಲಿಕೆಯಲ್ಲಿ ಆಸಕ್ತಿ ತಳೆಯಲು ಸಹಾಯವಾಯಿತು.

"ಕಂದಾ ಓದುವೆಯಾ ? ಭಾಗ–೨" ಒತ್ತಕ್ಷರಗಳಿಗೆ ಸಂಬಂಧಪಟ್ಟಿದ್ದು, ಒಂದೊಂದು ಪಾಠದಲ್ಲೂ ಆಯಾಯ ಒತ್ತುಗಳು ಹೆಚ್ಚೆಚ್ಚು ಪುನರಾವರ್ತನೆಗೊಂಡಿದೆಯಲ್ಲದೇ ಈಗಾಗಲೇ ಕಲಿತಿರುವ ಹಿಂದಿನ ಪಾಠದ ಒತ್ತಕ್ಷರಗಳೂ ಕಾಣಿಸಿಕೊಂಡು ಮಕ್ಕಳ ಸ್ಮರಣಶಕ್ತಿಯನ್ನು ಹೆಚ್ಚಿಸುವಲ್ಲಿ ಸಹಕಾರಿಯಾಗಿದೆ.

"ಪ್ರತಿಯೊಂದು ಪ್ರಾಣಿ ಪಕ್ಷಿಗಳಿಗೂ ನಮ್ಮಂತೆಯೇ ಒಂದು ನೆಲೆ ಅವಶ್ಯಕ" ಎಂಬುದರ ಅರಿವನ್ನು ಉಂಟುಮಾಡುವುದೇ ಇದೀಗ ಪ್ರಕಟಗೊಂಡ "ನಮ್ಮ ಮನೆ" ಪುಸ್ತಕದ ಉದ್ದೇಶ.

ಹೀಗೆಯೇ ಕಲಿಕೆಯ ಪೂರ್ವ ಚಟುವಟಿಕೆಗಾಗಿಯೂ, ಮನರಂಜನೆಗಾಗಿಯೂ ಕೊಡಬಹುದಾದ ಶಿಶುಗೀತೆಗಳನ್ನು ನಮ್ಮ ಶಾಲೆಯಲ್ಲಿ ಹೇಳಿಕೊಡಲಾಗುತ್ತಿದೆ. ಪುಟ್ಟ ಮಕ್ಕಳು, ಪ್ರಾಥಮಿಕ ಮತ್ತು ಹಿರಿಯ ಪ್ರಾಥಮಿಕ ಮಕ್ಕಳು ಆಡುವಂತಹ ಪೌರಾಣಿಕ ಮತ್ತು ಇತರ ನಾಟಕಗಳನ್ನೂ ರಚಿಸಿ ರಂಗಮಂಟಪದಲ್ಲಿ ಪ್ರಯೋಗ ಮಾಡಲಾಗಿದೆ. ಅವುಗಳು ಇನ್ನೂ ಪ್ರಕಟಗೊಳ್ಳಬೇಕಾಗಿವೆ.

"ಕಂದಾ ಓದುವೆಯಾ ? ಭಾಗ – ೧ ಮತ್ತು ಭಾಗ – ೨", "ನಮ್ಮ ಮನೆ" – ಈ ಕೃತಿಗಳು ಪ್ರಕಟವಾಗಲು ಕಾರಣಕರ್ತರಾದ ಶ್ರೀಮತಿ ಎಸ್. ಕೆ. ಪ್ರಭಾರವರಿಗೂ, ಇದಕ್ಕೆ ಮುನ್ನುಡಿಯನ್ನು ಬರೆದುಕೊಟ್ಟ ಶ್ರೀಮಾನ್ ಯ. ರಾ. ಅಚ್ಯುತರಾವ್, ನಿವೃತ್ತ ನಿರ್ದೇಶಕರು, ಪ್ರಾಥಮಿಕ ಶಿಕ್ಷಣ, ಸಾರ್ವಜನಿಕ ಶಿಕ್ಷಣ ಇಲಾಖೆ, ಕರ್ನಾಟಕ ಸರ್ಕಾರ, ಬೆಂಗಳೂರು ಇವರಿಗೂ, ಅಂದವಾದ ಚಿತ್ರಗಳನ್ನು ಬರೆದುಕೊಟ್ಟಿರುವ ಶ್ರೀ ಗುಜ್ಜಾರ್‌ರವರಿಗೂ ಮತ್ತು ಬಹಳ ಉತ್ಸಾಹದಿಂದ ಅಂದವಾಗಿ ಪ್ರಕಟಿಸಿರುವ ನವಕರ್ನಾಟಕ ಪ್ರಕಾಶನದವರಿಗೂ ನನ್ನ ಕೃತಜ್ಞತೆಗಳು. ಮೇಲಾಗಿ ನಮ್ಮ ಶಾಲೆಯಲ್ಲಿ ಈ ಭಾಷಾ ವಸ್ತುಗಳನ್ನು ಪ್ರಯೋಗಿಸಲು ಸಹಕರಿಸಿದ ನನ್ನ ಶಿಕ್ಷಕ ವೃಂದದವರಿಗೂ ನನ್ನ ಹೃತ್ಪೂರ್ವಕವಾದ ಅಭಿನಂದನೆಗಳು.

ಪ್ರಕಟವಾಗಿರುವ ಮೂರು ಕೃತಿಗಳೂ ನಮ್ಮ ಕರ್ನಾಟಕದ ಸಾವಿರಾರು ಮಕ್ಕಳಿಗೂ ಮತ್ತು ಹೊಸದಾಗಿ ಕನ್ನಡವನ್ನು ಕಲಿಯುವವರಿಗೂ ವರಪ್ರದಾನವಾಗಲಿ ಎಂದು ಹಾರೈಸುತ್ತೇನೆ.

ಮಲ್ಲೇಶ್ವರಂ ಶಿಶುವಿಹಾರ
39, 4ನೇ ಅಡ್ಡರಸ್ತೆ,
ಮಲ್ಲೇಶ್ವರಂ, ಬೆಂಗಳೂರು–560 003.

ಬಿ. ಕೆ. ತಿರುಮಲಮ್ಮ
1–7–1995

ಮಾನ್ಯ ಹಿರಿಯರೇ,

ಮಕ್ಕಳು ಅಕ್ಷರಗಳನ್ನು ತಿಳಿದಿದ್ದಾರೆಯೇ? ಕಾಗುಣಿತವನ್ನು ತಿಳಿದಿದ್ದಾರೆಯೇ? ಇವೆರಡೂ ತಿಳಿದಿದ್ದರೆ ಈ ಪುಸ್ತಕವನ್ನು ಓದಲು ಕೊಡಿ. ಅವರು ಸುಲಭವಾಗಿ ಈ ಪುಸ್ತಕವನ್ನು ಓದಬಲ್ಲರು.

ಬಿ. ಕೆ. ತಿರುಮಲಮ್ಮ

ಲೇಖಕರ ಪರಿಚಯ

ಬೆಂಗಳೂರಿನ ಸುಸಂಸ್ಕೃತ ಕುಟುಂಬವೊಂದರಲ್ಲಿ ಜನಿಸಿದ ಶ್ರೀಮತಿ ಬಿ. ಕೆ. ತಿರುಮಲಮ್ಮನವರು, ಸುಮಾರು ಅರ್ಧ ಶತಮಾನದ ಹಿಂದೆ, ಎಂದರೆ ಹೆಣ್ಣು ಮಕ್ಕಳಿಗೆ ಉಚ್ಚ ಶಿಕ್ಷಣದ ಅಗತ್ಯವಿಲ್ಲ ಎಂಬ ನಂಬಿಕೆ ಬೇರೂರಿದ್ದ ಕಾಲದಲ್ಲಿ ಪದವೀಧರೆಯಾದವರು. ಇವರು 1949ರಲ್ಲಿ ಹಿಮಾಂಶು ಶಿಶುವಿಹಾರದಲ್ಲಿ ಮುಖ್ಯ ಶಿಕ್ಷಕಿಯಾಗಿ ವೃತ್ತಿಜೀವನ ಆರಂಭಿಸಿದರು. ಮುಂದೆ 1953ರಲ್ಲಿ, 'ಮಲ್ಲೇಶ್ವರಂ ಶಿಶುವಿಹಾರ' ಸ್ಥಾಪಿಸಿದರು. ಈ ಸಂಸ್ಥೆಗಾಗಿ ತಮ್ಮ ಇಡೀ ಬದುಕನ್ನು ಮೀಸಲಿರಿಸಿರುವ ಇವರು, ಇದನ್ನು ಪ್ರೌಢಶಾಲೆಯಾಗಿ ವಿಸ್ತರಿಸಿದರು. ಶಾಲೆಯಲ್ಲಿ ಮುಖ್ಯೋಪಾಧ್ಯಾಯಿನಿಯಾಗಿ ಸೇವೆ ಸಲ್ಲಿಸಿ ನಿವೃತ್ತರಾಗಿದ್ದರೂ, ಈಗ ಅದರ ಸಲಹೆಗಾರರಾಗಿದ್ದುಕೊಂಡು ಅದನ್ನು ಮುನ್ನಡೆಸುತ್ತಿದ್ದಾರೆ.

ಶಿಶು ಶಿಕ್ಷಣ ತಜ್ಞರಾದ ಶ್ರೀಮತಿ ತಿರುಮಲಮ್ಮನವರು ರಾಷ್ಟ್ರೀಯ ಮತ್ತು ರಾಜ್ಯ ಶಿಕ್ಷಣ ಸಂಶೋಧನೆ ಹಾಗೂ ತರಬೇತಿ ಇಲಾಖೆಗಳಲ್ಲಿ ಪೂರ್ವ ಪ್ರಾಥಮಿಕ ವಿಭಾಗದಲ್ಲಿ ಸಂಪನ್ಮೂಲ ವ್ಯಕ್ತಿಯಾಗಿ, ಭಾಷಾಂತರಕಾರರಾಗಿ ಸೇವೆ ಸಲ್ಲಿಸಿದ್ದಾರೆ.

1957ರಲ್ಲಿ, ಭಾರತ–ಸೋವಿಯೆತ್ ಸಾಂಸ್ಕೃತಿಕ ಸಂಘದ ವತಿಯಿಂದ, ಅಂದಿನ ಸೋವಿಯೆತ್ ಒಕ್ಕೂಟಕ್ಕೆ ಭೇಟಿ ನೀಡಿದ್ದರು. ಅಲ್ಲಿ ಹಲವಾರು ಶಾಲೆಗಳನ್ನು ಸಂದರ್ಶಿಸಿ, ಅಲ್ಲಿನ ಶಿಕ್ಷಣ ಪದ್ಧತಿ ಮತ್ತು ಸಾಂಸ್ಕೃತಿಕ ಚಟುವಟಿಕೆಗಳಿಂದ ಬಹಳ ಪ್ರಭಾವಿತರಾದರು. ಹಿಂದಿರುಗಿದ ನಂತರ ತಮ್ಮ ಶಾಲೆಯಲ್ಲಿ ಹಲವು ಪ್ರಯೋಗಗಳನ್ನು ಮಾಡಿದರು ಮತ್ತು ಹಲವು ಯಶಸ್ವಿ ಅಂಶಗಳನ್ನು ಬೋಧನೆಯಲ್ಲಿ ಅಳವಡಿಸಿದರು. ಅಕ್ಷರಾಭ್ಯಾಸ ವಿಧಾನ, ಕಾಗುಣಿತ ಕಲಿಸುವ ವಿಧಾನ, ಓದುವ ವಿಧಾನ ಕುರಿತು ಪುಸ್ತಕ ರಚಿಸಿ ಅವನ್ನೇ ತಮ್ಮ ಶಾಲೆಯಲ್ಲಿ ಬೋಧಿಸಿದರು. ಇವರು ಮಕ್ಕಳಿಗಾಗಿ ನಾಟಕಗಳು, ಗೀತೆಗಳು ಮತ್ತು ಕಥೆಗಳನ್ನು ಬರೆದಿದ್ದಾರೆ. ಮಕ್ಕಳ ವಿದ್ಯಾಭ್ಯಾಸವನ್ನು ಸಾಧ್ಯವಾದಷ್ಟು ಮಟ್ಟಿಗೆ ಸಹ್ಯಗೊಳಿಸುವುದು ಇವರ ಎಲ್ಲ ಕೃತಿಗಳ ಏಕೈಕ ಆಶಯ ಮತ್ತು ಗುರಿ.

ಇದೀಗ ಪ್ರಕಟವಾಗಿರುವ 'ನಮ್ಮ ಮನೆ', 'ಕಂದಾ ಓದುವೆಯಾ? ಭಾಗ–1', ಮತ್ತು 'ಕಂದಾ ಓದುವೆಯಾ? ಭಾಗ–2' ಸ್ವಲ್ಪ ತಡವಾಗಿಯಾದರೂ ಮಕ್ಕಳಿಗೆ ಲಭ್ಯವಾಗುತ್ತಿದ್ದು, ಇವು ನುರಿತ ಶಿಕ್ಷಕಿಯಾಗಿ ಶ್ರೀಮತಿ ತಿರುಮಲಮ್ಮನವರ ಹಲವು ವರ್ಷಗಳ ಅನುಭವದ ಫಲವಾಗಿವೆ. ಒತ್ತಕ್ಷರವೇ ಇಲ್ಲದ, ಒಂದು ಪಾಠದಲ್ಲಿ ಆಯಾ ಒತ್ತಕ್ಷರವನ್ನಷ್ಟೇ ಬಳಸಲಾಗಿರುವ ಮತ್ತು ಸರಳ ಭಾಷೆಯಲ್ಲಿ ಮಕ್ಕಳಿಗೆ ಪಾಠ ಹೇಳಿಕೊಡುವ ವಿಧಾನವನ್ನು ಇಲ್ಲಿ ಅನುಸರಿಸಲಾಗಿದೆ.

ಬುದ್ಧಿವಂತ ಮಕ್ಕಳನ್ನು ರೂಪಿಸುವ ಶಿಕ್ಷಣ ನೀಡುವಷ್ಟಕ್ಕೆ ತಮ್ಮ ಚಟುವಟಿಕೆಯನ್ನು ಸೀಮಿತ ಗೊಳಿಸಿಕೊಳ್ಳದೆ ಇವರು ಬುದ್ಧಿಮಾಂದ್ಯ ಮಕ್ಕಳ ಸಲುವಾಗಿ 1972ರಲ್ಲಿ ಕೆಲವು ಶಿಕ್ಷಣ ತಜ್ಞರೊಂದಿಗೆ ಪೂರ್ವ ಪ್ರಾಥಮಿಕ ಶಿಕ್ಷಣ ಸಂಸ್ಥೆಯ ಆಶ್ರಯದಲ್ಲಿ 'ಬಾಲ ಮನೋವಿಕಾಸ ಕೇಂದ್ರ'ವನ್ನು ಸ್ಥಾಪಿಸಿ, ಆ ಸಂಸ್ಥೆಯ ಸ್ಥಾಪಕ ದತ್ತಿ ಸದಸ್ಯೆಯಾಗಿ ಮತ್ತು ಉಪಾಧ್ಯಕ್ಷೆಯಾಗಿ ಸೇವೆ ಸಲ್ಲಿಸುತ್ತಿದ್ದಾರೆ.

ಶಿಕ್ಷಣ ರಂಗದಲ್ಲಿ ಇವರ ಸೇವೆಯನ್ನು ಗುರುತಿಸಿ ಕರ್ನಾಟಕ ಸರ್ಕಾರವು 1972ರಲ್ಲಿ ಇವರಿಗೆ 'ರಾಜ್ಯ ಶಿಕ್ಷಕ ಪ್ರಶಸ್ತಿ' ನೀಡಿ ಗೌರವಿಸಿದೆ.

ಇವರ ಸುಲಲಿತ ಶೈಲಿಯ ಮಕ್ಕಳ ಪುಸ್ತಕಗಳು ಕರ್ನಾಟಕದ ಎಲ್ಲ ಕಡೆಯ ಮಕ್ಕಳಿಗೂ ಲಭಿಸುವಂತಾಗಲಿ, ವಯೋವೃದ್ಧರೂ, ಜ್ಞಾನವೃದ್ಧರೂ ಆದ ಶ್ರೀಮತಿ ತಿರುಮಲಮ್ಮನವರು ಇನ್ನೂ ಹೆಚ್ಚು ಪುಸ್ತಕಗಳನ್ನು ಪ್ರಕಟಿಸಲಿ ಎಂದು ಆಶಿಸುತ್ತೇನೆ.

ಯ. ರಾ. ಅಚ್ಯುತರಾವ್
ನಿವೃತ್ತ ನಿರ್ದೇಶಕರು, ಪ್ರಾಥಮಿಕ ಶಿಕ್ಷಣ
ಸಾರ್ವಜನಿಕ ಶಿಕ್ಷಣ ಇಲಾಖೆ
ಕರ್ನಾಟಕ ಸರ್ಕಾರ

ಬೆಂಗಳೂರು
01–07–1995

ಇದು ಮಡಕೆ

ಮಡಕೆಯ ತುಂಬಾ ಹಾಲು ಇದೆ.
ಕುಡಿಯಲು ಹಾಲು ಬಲು ರುಚಿ.
ದಿನವೂ ಹಾಲು ಕುಡಿ. ಹಾಲು ದೇಹ ಬಲವಾಗಿ
ಬೆಳೆಯಲು ಸಹಾಯಕಾರಿ.

ತೆಂಗಿನ ಮರ

ಇದು ಯಾವ ಮರ? ತೆಂಗಿನ ಮರ. ತೆಂಗಿನ ಮರದ ಮೇಲೆ ಮಂಗ. ಮಂಗನ ಕೈಲಿ ತೆಂಗಿನಕಾಯಿ. ರಂಗ ಮರದ ಕೆಳಗೆ ನಿಂತ. ಮಂಗನ ಕಡೆಗೆ ಚೆಂಡು ಎಸೆದ. ಮಂಗವೂ ತೆಂಗಿನಕಾಯಿ ಎಸೆಯಿತು. ರಂಗನಿಗಾಯಿತು ತೆಂಗು. ಮಂಗನಿಗಾಯಿತು ಮುಖದಲಿ ರಂಗು.

ದಾರಿ

ಜನರು ತಿರುಗಾಡಲು ಉಪಯೋಗಿಸುವ ಜಾಗವೇ ದಾರಿ. ಅದು ಎರಡು ವಿಧ. ಪಾದಚಾರಿಗಳು ಓಡಾಡಲು ಒಂದು ದಾರಿ. ಅದು ಕಾಲುದಾರಿ. ಕಾರು, ಲಾರಿ, ಜಟಕಾ ಗಾಡಿಗಳು ಓಡಾಡಲು ಒಂದು ದಾರಿ. ಈ ವಾಹನಗಳು ಓಡಾಡುವ ದಾರಿ ಅಗಲವಾಗಿದೆ. ಆ ದಾರಿ ದಾಟುವಾಗ ಬಹಳ ಹುಷಾರಾಗಿರಬೇಕು. ಎರಡು ಕಡೆಯಿಂದ ಬರುವ ವಾಹನಗಳ ಕಡೆ ಗಮನವಿಡಬೇಕು. ಹೋಗುವಾಗ ಯಾವಾಗಲೂ ಎಡಗಡೆಗೇ ಹೋಗಬೇಕು. ವಾಹನಗಳೂ ಕೂಡ ಎಡಗಡೆಗೇ ಹೋಗಬೇಕು. ಯಾರಿಗೂ ತೊಂದರೆ ಆಗಬಾರದೆಂದು ಹಾಗೆ ಮಾಡಿರುವರು.

ಪಾನಕ

ಪಾನಕ ಕುಡಿಯಲು ಬಲು ಸಿಹಿ. ಕುಡಿದರೆ ಬಾಯಾರಿಕೆ ಅಡಗುವುದು. ಜನರು ರಾಮನವಮಿಯ ದಿನ ಪಾನಕ ಹಂಚುವರು. ಮಗು, ಪಾನಕದ ರುಚಿ ನಿನಗೆ ತಿಳಿದಿದೆಯೇ?

ರಂಗು ರಂಗಿನ ಪಾನಕಗಳೂ ಇವೆ. ತೆರೆದ ಬಯಲಿನಲಿ ಮಾರಾಟ ಮಾಡುವರು. ಆ ಪಾನಕ ಕುಡಿದರೆ ಅಪಾಯ. ಇದು ತಿಳಿದಿದೆಯೇ?

ಕಂದನ ಹಾಡು

ಕಂದನ ಹಾಡು ಕೇಳಿರುವೆಯಾ? ಚಂದಮಾಮನ ಹಾಡು, ಒಂದು ಎರಡು, ಬಾಳೆಲೆ ಹರಡು, ಚುಕು ಪುಕು ಬಂತು ರೈಲು, ಆಡಿನಾ ಮರಿ ಆಡ ಬಾರೆಲೆ, ನಾಯಿ ಮರಿ ನಾಯಿ ಮರಿ ತಿಂಡಿ ಬೇಕೆ? ಮಿನುಗೆಲೆ ಮಿನುಗೆಲೆ – ಇವುಗಳು ಕಂದನ ಹಾಡುಗಳು. ಇವು ಹಾಡಲು ಬಲು ಸೊಗಸು ಕೇಳಲು ಬಲು ಇಂಪು. ನಿನಗೆ ಹಾಡಲು ಬಂದರೆ ಒಂದು ಹೇಳು ಕೇಳೋಣ.

ಕಮಲ

ಕಮಲದ ಹೂ ಕೆಂಪು. ಜನರು ತಾವರೆ ಎಂದೂ ಕರೆಯುವರು. ಬೆಳಗಿನ ಜಾವ ಅದು ಅರಳುವುದು. ಕಮಲದ ಹೂವಿಗೆ ದಳಗಳು ಬಹಳ. ಅದು ನೋಡಲು ಬಹಳ ಅಂದ. ಕಮಲದ ಗಿಡದ ಬೇರು ನೀರಿನೊಳಗೆ. ನೀರಿನ ಮೇಲೆ ಹಾಸಿದಂತೆ ಎಲೆ. ಬಿಸಿಲಿಗೆ ಮುಖ ತೆರೆವ ಹೂ. ಅದರ ಎಲೆ ಹಸಿರು. ಗುಂಡಾಗಿದೆ. ಅಗಲವಾಗಿಯೂ ಇದೆ. ಅದರ ಮೇಲೆ ನೀರು ಹರಿಯುವುದು. ಅಂಟಲಾರದು.

ರಜೆಯ ದಿನ

ಇಂದು ಭಾನುವಾರ. ಪಾಠಶಾಲೆಗೆ ರಜಾ. ನಾವು ಆಟ ಆಡೋಣ. ನಾಳೆ ಸೋಮವಾರ. ಪಾಠಶಾಲೆ ಇದೆ. ಆಡಲು ಸಮಯ ಸಾಲದು. ಮಂಗಳವಾರ, ಬುಧವಾರ, ಗುರುವಾರ, ಅದರ ಮಾರನೆಯ ದಿನ. ಆಮೇಲೆ ಶನಿವಾರವೂ ಶಾಲೆ ಇದೆ. ಆಗ ಓದಬೇಕು. ಶಾಲೆಯ ಕೆಲಸ ಮಾಡಬೇಕು. ಆದುದರಿಂದ ಇಂದೇ ಆಡೋಣ ಬಾ.

ನಾವೇ ಆಡುವುದು ಬೇಡ. ಗೆಳೆಯರೂ ಜೊತೆಗೂಡಿದರೆ ಸೊಗಸು.

ಆಟಗಳು

ಮಗು, ಆಟಗಳು ಎರಡು ಬಗೆಯವು. ಹೊರ ಆಟಗಳು, ಒಳ ಆಟಗಳು. ಚಂಡಾಟ, ರಿಂಗು, ಜೂಟಾಟ, ಕೋ ಕೋ ಆಟ, ಚೆಂಡು-ದಾಂಡಿನ ಆಟ, ಕುಂಟುವ ಆಟಗಳು ಹೊರ ಆಟಗಳು. ಪಗಡೆ, ಕವಡೆ, ಕೇರಂ, ಚೌಕಾಬಾರ, ಚದುರಂಗದ ಆಟ ಇವು ಒಳ ಆಟಗಳು. ಮೈ ಬೆಳೆಯಬೇಕಾದರೆ ಹೊರ ಆಟಗಳು. ಬಲ ಬರಬೇಕಾದರೆ ಹೊರ ಆಟಗಳೇ ಬೇಕು. ಆದುದರಿಂದ ದಿನವೂ ಹೊರ ಆಟ ಆಡೋಣ ಒಳ ಆಟ ಸಮಯ ಇರುವಾಗ ಆಡೋಣ.

ಪಗಡೆಯ ಆಟ ಚಂದ. ಆಡಲು ಪಗಡೆಕಾಯಿ ದಾಳಗಳು ಬೇಕು. ಪಗಡೆಯ ಕಾಯಿಗಳು ಹದಿನಾರು ಇವೆ. ಹಸಿರು, ಕೆಂಪು, ಹಳದಿ, ನೀಲಿ ಕಾಯಿಗಳು ಸಮವಾಗಿವೆ. ಈ ಆಟ ಆಡಬೇಕಾದರೆ ಹಾಸು ಬೇಕು. ಇದು ಒಳ ಆಟ. ಪಾಂಡವರು ಈ ಆಟ ಆಡಿ ಸೋತರು. ನಳ ಮಹಾರಾಜನೂ ಈ ಆಟ ಆಡಿ ಸೋತನು.

ನಾಯಿಮರಿ

ಈ ನಾಯಿಮರಿ ನೋಡು, ಬಹಳ ಚೆಲುವಾಗಿದೆ. ಅದು ರಾಮು ತಂದ ಮರಿ. ಆ ನಾಯಿಮರಿಗೆ ರಾಮು ಒಂದು ಮನೆ ಮಾಡಿರುವನು. ಊಟ, ಹಾಲು, ಕೊಡುವನು. ಆ ಮರಿಗೆ ಮನೆ ಕಾಯುವುದೇ ಕೆಲಸ. ಅದು ಬಾಲ ಆಡಿಸಿ ನೆಗೆದರೆ ರಾಮುವಿಗೆ ಬಹಳ ಸಂತೋಷ.

ಗೋಪಾಲಕ

ಈ ಪಟ ನೋಡು. ಅವನೇ ಗೋಪಾಲಕ. ಗೋವು ಮೇಯಿಸುವುದೇ ಅವನ ಕೆಲಸ. ಅವನು ಕೊಳಲೂದುವವನು. ಅದರ ನಾದ ಇಂಪು. ಕೊಳಲ ದನಿ ಕೇಳಿದ ಕೂಡಲೇ ಗೋವುಗಳು ಕಿವಿ ನಿಮಿರಿಸಿ, ಆಲಿಸಿ ಗೋಪಾಲಕನ ಬಳಿಗೆ ಬರುವುವು. ಸಂಜೆ ಗೋಪಾಲಕ ಗೋವುಗಳ ಜತೆಗೆ ಮನೆಗೆ ಬರುವನು.

ವಾಹನಗಳು

ಪಟದ ಶಾರದೆಗೆ ನವಿಲು ವಾಹನ. ಶಿವನಿಗೆ ಬಸವ ವಾಹನ. ಓಹೋ! ಗಣೇಶನ ಮುಂದೆ ಇಲಿ ಇದೆ! ಅದೇ ಅವನ ವಾಹನ. ನಮಗೆ ಯಾವುದು ವಾಹನ ತಿಳಿದಿದೆಯೇ ಮಗೂ? ನಮಗೆ ಗಾಡಿ, ಸೈಕಲು, ಮೋಟಾರು, ಆಟೋ, ದೋಣಿ, ಜಟಕ, ಕಾರು, ರೈಲು, ವಿಮಾನಗಳೇ ವಾಹನಗಳು.

ಶಂಖ

ರಂಗ ಬಂದ, ಶಂಖ ತಂದ. ರಂಗ ತಂದ ಶಂಖ ಚೆಂದ. ಇದೇ ಶಂಖ.

ರಂಗ ಶಂಖ ಊದಿದ. ಶಂಖ ಭೋಂ, ಭೋಂ, ಭೋಂ ಎಂದಿತು. ಸುಂದರನೂ ಊದಿದ. ಶಂಖ ಭೋಂ, ಭೋಂ, ಭೋಂ ಎಂದಿತು. ಆನಂದದಿಂದ ಪುನಃ ಊದಿದ. ಶಂಖ ಭೋಂ, ಭೋಂ, ಭೋಂ ಎಂದಿತು.

ರಂಗನ ತಂಗಿ ಸುಂದರಿ. ಶಂಖ ನನಗೇ ಇರಲಿ ಎಂದಳು. ರಂಗ ಸುಂದರಿಗೆ "ನೀನೇ ತೆಗೆದುಕೋ" ಎಂದ. ರಂಗ ತಂದ ಶಂಖ ಸುಂದರಿ ತೆಗೆದುಕೊಂಡಳು. ಈಗ ಆ ಶಂಖ ಸುಂದರಿಯ ಶಂಖವೇ ಆಯಿತು. ಅಂದಿನಿಂದ ಸುಂದರಿಗೆ ಒಂದೇ ಕೆಲಸ. ಯಾವಾಗಲೂ ಭೋಂ, ಭೋಂ, ಭೋಂ, ಎಂದು ಶಂಖ ಊದುವುದು.

ಗಾಡಿ

ಇದು ಗಾಡಿ. ಗಾಡಿಗೆ ಗಾಲಿಗಳು ಇರಬೇಕು. ಆಗಲೇ ಅದು ಮುಂದೆ ಮುಂದೆ ಹೋಗುವುದು. ಗಾಡಿಗಳ ಗಾಲಿ ಮರದ ಗಾಲಿ. ಕುದುರೆಯ ಗಾಡಿಯ ಗಾಲಿ ನೋಡಿ. ಅದೂ ಮರದ ಗಾಲಿಯೇ. ಆನೆಯ ಗಾಡಿಯ ಗಾಲಿಯೂ ಮರದಿಂದಲೇ ಮಾಡಿದವು.

ಗಾಡಿಗಳಿಗೆ ಗಾಲಿಗಳಿರುವುದರಿಂದ ಕುದುರೆ, ಆನೆ, ಗೂಳಿಗಳು ವೇಗವಾಗಿ ಎಳೆದುಕೊಂಡು ಹೋಗುವುವು. ಸಾಮಾನು ಹೇರಿದರೂ ಸಹ ಜೋರಾಗಿ ಎಳೆದುಕೊಂಡು ಹೋಗುವುವು. ಮಗೂ, ನೀನು ಜೋಳದ ದಿಂಡಿನಿಂದ ಒಂದು ಗಾಡಿ ಮಾಡು ನೋಡೋಣ.

ಬಳೆ

ಓಹೋ ಓಹೋ ಕೈಗಳಿಗೆ ತೊಡುವ ಬಳೆ. ಘಲಿ ಘಲಿ ನಾದವ ಮಾಡುವ ಬಳೆ. ನನಗೂ ಬೇಕು ಆ ಬಳೆ. ನಿನಗೂ ಬೇಕೆ ಆ ಬಳೆ. ಥಳಥಳ ಮಿನುಗುವ ಬಳೆ, ಕೆಂಪು ಬಳೆ, ಹಸಿರು ಬಳೆ, ಹಳದಿಯ ಬಳೆ, ನೀಲಿ ಬಳೆ, ಗಾಜಿನ ಬಳೆ ಯಾವುದು ಬೇಕು ಹೇಳು. ಇದು ನಿನಗೋ ಅಥವಾ ತಂಗಿಗೋ. ನಿನಗೆ ಬೇಕಾದಾಗ ಬಾ. ಎರಡು ಬಳೆಗಳು ಬೇಕೆ? ಎಂಟು ಬಳೆಗಳು ಬೇಕೆ? ಅಥವಾ ನೂರು ಬಳೆಗಳು ಬೇಕೆ? ನಿನಗೆ ಬೇಕಾದ ಬಳೆಗಳ ಆರಿಸಿಕೋ ಕೊಡುವೆನು. ಬಾ ಬೇಗ ಬಾ. ಬಂದು ನೋಡು. ಆರಿಸು. ತೆಗೆದುಕೋ ಬಾ.

ಬಾಳೆಯ ಗಿಡ

ಮಗೂ, ನೀನು ಬಾಳೆಯ ಗಿಡ ಹಾಕುವೆಯಾ? ಬಾಳೆಯ ಗಿಡ ಹಾಕಬೇಕಾದರೆ ನೀರಿನ ನೆಲೆಬೇಕು. ಬಹಳವಾಗಿ ನೀರಿರುವ ಕಡೆಯೇ ಅದು ಬೆಳೆಯುವುದು. ಬಾಳೆಯ ಗಿಡ ಒಂದು ಹಾಕಿದರೆ ಸಾಕು. ಅದು ಅನೇಕ ಗಿಡಗಳಾಗಿ ಬೆಳೆಯುವುದು. ನೀನೆ ಹಾಕಿ ನೋಡು.

ಬಾಳೆ ಎಲೆಯ ಮೇಲೆ ಊಟ ಮಾಡಲು ಬಲು ಚಂದ. ಮಗೂ, ಬಾಳೆಯ ಫಲ ತಿಂದಿರುವೆಯಾ? ಅದರ ಹೆಸರು ಹೇಳು, ನೋಡೋಣ, ನೀನೆ ಹೇಳು. ಬಾಳೆಯ ಫಲ ಗೊನೆ ಗೊನೆಯಾಗಿಯೇ ಬಿಡುವುದು. ಬಾಳೆಯ ಫಲ ಬಹಳ ರುಚಿ. ಬಾಳೆಯ ಹೂವು, ದಿಂಡು, ಬಾಳೆಯಕಾಯಿ ನಾವು ಉಣುವ ತರಕಾರಿಗಳು, ಅವು ಬಹಳ ರುಚಿಯಾದ ತರಕಾರಿಗಳು. ಬಾಳೆಯ ನಾರಿನಿಂದ ಹೂ ಮಾಲೆ ಪೋಣಿಸಬಹುದು. ನೀನೂ ಈ ನಾರಿನಿಂದ ಒಂದು ಹೂಮಾಲೆ ಪೋಣಿಸು. ನೋಡೋಣ.

ಇಲಿ

ಇದು ಇಲಿಯ ಬಿಲ. ಬಿಲದ ಒಳಗೆ ಇಲಿಯ ಮರಿಗಳಿವೆ. ಈ ಮರಿಗಳು ಕಿಲಿ ಕಿಲಿ ಕಿಲಿ ಎಂದು ಕೂಗು ಹಾಕುವುವು. ಕೇಳು.

ಈ ಇಲಿಯ ಮರಿಗಳು ತಿಂಡಿಗಾಗಿ ಹೊರಗೆ ಹೊರಡುವುವು. ತಿಂಡಿ ಹುಡುಕಿ ತಿಂದು ಬಿಲ ಸೇರುವುವು.

ತಿಂಡಿ ತಿಂದು ಊದಿ ಬೇರೆ ಬೇರೆ ಬಿಲ ಸೇರುವುವು. ಬೇರೆ ಬೇರೆ ಬಿಲಗಳ ಒಳಗೆ ಮರಿ ಮಾಡುವುವು. ಈ ಬಿಲಗಳು ತೂತಿನಂತೆ ನಮಗೆ ಕಾಣುವುವು.

ಈ ಬಿಲಗಳ ಒಳಗೆ ನಾವೂ ಹೋಗಿ ಇಣುಕಿ ನೋಡೋಣ ಬರುವಿರಾ.

ಜಾದೂಗಾರ

ಜಾದೂಗಾರ ಮಹಬೂಬ. ಅವನು ಬಂದರೆ ನಮಗೆ ಆನಂದವೋ ಆನಂದ. ಅವನ ಬಳಿ ಒಂದು ಮಾಯಾದಂಡ ಇದೆ. ಅದರ ಹೆಸರೇ ಒಂದು ತಮಾಷೆ. ಜಖಾಮುಖಿಯಂತೆ. ಮುಖಾಮುಖಿಯಂತೆ. ಅದರ ಹೆಸರು ಕೇಳಿದರೇನೆ ನಮಗೆ ನಗು. ಅವನು ಬಂದರೆ ಸಾಕು ನಮಗೆ ನಗುವೋ ನಗು.

ಅವನು ಮಾತನಾಡಿ ಮಾತನಾಡಿ ನಗಿಸುವನು. ನಾವು ನಗುವಂತೆಯೇ ಮಾಯ ಮಾಡಿಬಿಡುವನು. ಎರಡು ತುಂಡು ದಾರ ಗಂಟು ಹಾಕುವನು. ಆದರೆ ಆ ದಾರ ಎಳೆದಾಗ ಗಂಟು ಮಾಯ.

ಹಾಗೆಯೇ ಉಂಗುರದ ಆಟ. ಒಂದೇ ನಿಮಿಷ ಸಾಕು. ಮಾವಿನ ಓಟೆಯಿಂದ ಮರ ಬೆಳೆಸೇ ಬಿಡುವನು. ಕಾಗದದ ಬದಲಾಗಿ ಕಡಲೆಪುರಿ ಬರುವಂತೆ ಮಾಡುವನು. ಎಂಥಹ ತಮಾಷೆ. ಎಂಥಹ ಮಾಯ. ಹೀಗೇ ಆಟ ತೋರಿಸಿ ನಗಿಸುವನು. ಆದುದರಿಂದಲೇ ಅವನು ಬಂದರೆ ನಮಗೆ ಆನಂದವೋ ಆನಂದ. ನಗುವೋ ನಗು.

ಕಾಡಿನ ಗೆಳೆಯರು

ಒಂದು ಕಾಡು. ಆ ಕಾಡಿನ ಬಳಿ ಒಂದು ಗುಡಿಸಲು. ಅದೇ ಆದಿಕೇಶವ ಎಂಬ ಹುಡುಗನ ಗುಡಿಸಲು.

ಅವನಿಗೆ ಆನೆ ಎಂದರೆ ಬಹಳ ಆಸೆ. ಬಹಳ ಆಸೆಯಿಂದ ಆನೆ ಮರಿ ಸಾಕಿದ. ಆ ಆನೆ ಮರಿಗೆ ಆಟ ಕಲಿಸಿದ. ಅದರ ಮೇಲೆ ಇಡಲು ಒಂದು ಅಂಬಾರಿ ಮಾಡಿಸಿದ. ಆದರೂ ಆ ಆನೆಯ ಮರಿ "ನಾನು ಕಾಡಿಗೆ ಹೋಗಬೇಕು ಬಿಡು" ಎಂದಿತು. ಆದರೆ ಆದಿಕೇಶವ 'ಉಹೂ' ಎಂದ. ಆನೆಯ ಕಾಲಿಗೆ ಉಂಗುರ ತೊಡಿಸಿ ಕೊಂಬೆಗೆ ಬಿಗಿದ.

ಅದೇ ಮರದ ಬಳಿ ಒಂದು ನದಿ. ಈ ನದಿಯ ತುಂಬಾ ಆಮೆಗಳು. ಆ ಆಮೆಗಳೂ ಈ ಆನೆಯ ಮರಿಯೂ ಜೊತೆಯಾದವು.

ಆಮೆ–ಆನೆ ಜೊತೆಗೂಡಿ ಆಟ ಆಡಿದವು. ಕುಣಿದವು. ಆನೆಯ ಜೊತೆ ಸೇರಲು ಆಮೆಗಳಿಗೆ ಸಂತೋಷ. ಆನೆಗೂ ಆಮೆಗಳ ಜೊತೆ ಸೇರಲು ಬಹಳ ಸಂತೋಷ. ಆಮೆ ಆನೆಗಳ ಆಟ ನೋಡಿ ಆದಿಕೇಶವನಿಗೆ ಸಂತೋಷ. ಆನೆಯ ಮರಿ "ನನಗೆ ಕಾಡು ಬೇಡ ಈ ಮರದ ನೇರಳೇ ಸಾಕು. ಆಮೆಗಳೊಡನೆ ಆಟ ಆಡಿಕೊಂಡಿರುವೆನು" ಎಂದಿತು. ಆದಿಕೇಶವ "ಆಗಲಿ" ಎಂದ.

ಆದಿಕೇಶವ ಆನೆಯ ಮೇಲೆ ಕೂತುಕೊಂಡ. ಆಮೆಗಳು ಅಂಬಾರಿಯೊಳಗೆ ಕುಳಿತುಕೊಂಡವು. ಆದಿಕೇಶವ ಆನೆಯ ಮರಿಗೆ, ಆಮೆಗಳಿಗೆ ಊರು ತೋರಿಸಿದ.

ಈಗ ಆಮೆಗಳೂ ಆನೆಯ ಮರಿಯೂ ಆದಿಕೇಶವ ಮೂವರೂ ಗೆಳೆಯರು. ಒಂದು ನಿಮಿಷವೂ ಬೇರೆ ಬೇರೆಯಾಗಿ ಇರಲಾರರು.

ರೈಲುಗಾಡಿ

ರೈಲುಗಾಡಿ ನೋಡಿ. ನಾನು ಕುಳಿತು ಊರಿಗೆ ಹೋದ ರೈಲುಗಾಡಿ ಇದೇ. ನಾನು ಕುಳಿತ ಕೂಡಲೆ ನನಗೆ ಸೀಟಿ ಕೇಳಿಸಿತು. ರೈಲುಗಾಡಿ ಊ ಊ ಊ ಊ ರಾಗ ಹಾಡಿತು. ಊ ಊ ಊ ಊ ರಾಗ ಹಾಡಿ ಮುಂದೆ ಮುಂದೆ ಉರುಳಿತು.

ರೈಲುಗಾಡಿ ಹೋಗಲು ಬೇರೆ ದಾರಿ ಇದೆ. ಈ ದಾರಿಗೆ ರೈಲು ಕಂಬಿಗಳೇ ಬೇಕು. ಅದರ ಮೇಲೆಯೇ ಈ ರೈಲುಗಾಡಿ ಹೋಗುವುದು. ಉರುಳುತ, ಹರಿಯುತ ಮುಂದೆ ಮುಂದೆ ಹೋಗುವುದು. ಊ ಊ ಊ ಹಾಡುತ ಉರುಳಿ ಊರು ಸೇರುವುದು.

ಭಾನುವಾರ ನಾನು, ಬಾಬು ಹೋಗುವೆವು. ಊರಿಗೆ ಹೋಗುವೆವು. ಮೈಸೂರಿಗೆ ಹೋಗುವೆವು. ರೈಲುಗಾಡಿಯೊಳಗೆ ಕುಳಿತೇ ಹೋಗುವೆವು. ನೀನೂ ಬಂದರೆ ನಾವು ಮೂವರು ಹೋಗಬಹುದು. ಖಂಡಿತಾ ಬಾ. ಹೋಗೋಣ.

ನವಕರ್ನಾಟಕ ಪ್ರಕಟಣೆಗಳು

ಮಕ್ಕಳ ಪುಸ್ತಕಗಳು

♦ ಪೂರಕ ಪಠ್ಯ, ಸಾಮಾನ್ಯ ಜ್ಞಾನ

ಆಡಿ ಕಲಿ : ಪದಗಳ ಆಟ — *ಹೆಚ್. ಎಸ್. ರಾಧಾ*
ಕಂದಾ ಅಕ್ಷರ ಕಲಿ — *ಬಿ. ಕೆ. ತಿರುಮಲಮ್ಮ*
ಕಂದಾ ಓದುವೆಯಾ. ಭಾಗ–1 — *ಬಿ. ಕೆ. ತಿರುಮಲಮ್ಮ, ಚಿತ್ರಗಳು : ಗುಜ್ಜಾರ್*
ಕಂದಾ ಓದುವೆಯಾ. ಭಾಗ–2 — *ಬಿ. ಕೆ. ತಿರುಮಲಮ್ಮ, ಚಿತ್ರಗಳು : ಗುಜ್ಜಾರ್*
ನಮ್ಮ ಮನೆ — *ಬಿ. ಕೆ. ತಿರುಮಲಮ್ಮ, ಚಿತ್ರಗಳು : ಗುಜ್ಜಾರ್*
ಕಿರಿಯರ ಸಚಿತ್ರಕೋಶ — *ಚಿತ್ರ–ಪಠ್ಯ : ಗುಜ್ಜಾರ್*
ಆಲ್ ಇನ್ ಒನ್ (ಕನ್ನಡ–ಇಂಗ್ಲಿಷ್–ಹಿಂದಿ) — *ಇನ್ಫಿನಿಟಿ – ನವಕರ್ನಾಟಕ*

♦ ನವಕರ್ನಾಟಕ ಪುಟಾಣಿ ಪುಸ್ತಕಗಳು (ವರ್ಣರಂಜಿತ ಚಿತ್ರಮಾಹಿತಿ ಪುಟಾಣಿ ಪುಸ್ತಕಗಳು)

ಅಕ್ಷರಮಾಲೆ — *ಚಿತ್ರ–ವಿನ್ಯಾಸ : ನವಕರ್ನಾಟಕ*
ಹಣ್ಣುಗಳು — *ಚಿತ್ರಗಳು : ಕೆ. ಪಿ. ಸ್ವಾಮಿ, ಸೂರ್ಯ, ಪಠ್ಯ : ಜೆ. ವೆಂಕಟೇಶ್*
ತರಕಾರಿಗಳು — *ಚಿತ್ರಗಳು : ಕೆ. ಪಿ. ಸ್ವಾಮಿ, ಸೂರ್ಯ, ಪಠ್ಯ : ಜೆ. ವೆಂಕಟೇಶ್*
ವಾಹನಗಳು — *ವಿನ್ಯಾಸ : ಸೂರ್ಯ, ಪಠ್ಯ : ಸಿ. ಆರ್. ಕೃಷ್ಣರಾವ್*
ಸಾಕು ಪ್ರಾಣಿಗಳು — *ಚಿತ್ರ–ವಿನ್ಯಾಸ : ನವಕರ್ನಾಟಕ; ಪಠ್ಯ : ಸಹನ*
ಕಾಡುಪ್ರಾಣಿಗಳು — *ಚಿತ್ರಗಳು : ವಿವಿಧ ಮೂಲಗಳಿಂದ, ಪಠ್ಯ : ಕೆ. ಪಿ. ಸ್ವಾಮಿ*
ಸಾಮಾನ್ಯ ಹಕ್ಕಿಗಳು — *ಚಿತ್ರಗಳು : ಕ್ಲೆಮೆಂಟ್ ಫ್ರಾನ್ಸಿಸ್, ಪಠ್ಯ : ಕೆ. ಎಸ್. ನವೀನ್*
ಚಿಟ್ಟೆಗಳು — *ಚಿತ್ರಗಳು ಮತ್ತು ಪಠ್ಯ : ಡಿ. ಜಿ. ಮಲ್ಲಿಕಾರ್ಜುನ*
ಬಣ್ಣಬಣ್ಣದ ಮೀನುಗಳು — *ಚಿತ್ರಗಳು ಮತ್ತು ಪಠ್ಯ : ವೀಕ್ತರ್ ದತ್ಸ್‌ಕೆವಿಚ್*
ಹಾವುಗಳು — *ಚಿತ್ರಗಳು : ರಾಜ ಪುರೋಹಿತ; ಪಠ್ಯ : ಕೆ. ಎಸ್. ನವೀನ್*
ಜ್ಞಾನಪೀಠ ಪ್ರಶಸ್ತಿ ಪುರಸ್ಕೃತರು — *ಚಿತ್ರಗಳು : ಮಕಾಳಿ, ಕಾಳಿದಾಸ ಎಲ್. ದೈವಜ್ಞ, ಪಠ್ಯ : ಕೆ. ಪಿ. ಸ್ವಾಮಿ*

♦ ಮಕ್ಕಳ ನಾಟಕಗಳು

ಮೂರು ಮಕ್ಕಳ ನಾಟಕಗಳು (ಹೂವುಗಳು; ತಿರುಕನ ಕನಸು; ನ್ಯಾಯಕ್ಕೇ ಜಯ) — ಎಸ್. ಮಾಲತಿ
ಬುದ್ಧ ಹೇಳಿದ ಕಥೆ — ಎಸ್. ಮಾಲತಿ
ಬೆರಳುಗಳು — ಎನ್. ಶ್ರೀನಿವಾಸ ಉಡುಪ
ಹಿಡಿಂಬನ ತೋಟ — ಎನ್. ಶ್ರೀನಿವಾಸ ಉಡುಪ
ಬೆಕ್ಕಿಗೆ ಗಂಟೆ ಕಟ್ಟಿದವರು ಯಾರು? — ಅ. ನಾ. ರಾವ್ ಜಾದವ್

♦ ಒಗಟುಗಳು

ವಿಜ್ಞಾನದ 101 ಒಗಟುಗಳು — ವೆಂಕಟೇಶ ಹುಣಶೀಕಟ್ಟಿ
ಒಗಟು ಬಿಡಿಸೋ ಜಾಣ — ಚಂದ್ರಗೌಡ ಕುಲಕರ್ಣಿ
ಬಿಡಿಸಿ ನೋಡು ಒಗಟು — ಚಂದ್ರಗೌಡ ಕುಲಕರ್ಣಿ

♦ ಮಕ್ಕಳ ಪದ್ಯಗಳು

ಚಿವ್ ಚಿವ್ ಗುಬ್ಬಿ (ಶಿಶುಗೀತೆಗಳು) — ಎಸ್. ಮಂಜುನಾಥ, ಚಿತ್ರಗಳು : ಗುಜ್ಜಾರ್
ಬಣ್ಣದ ಚಿತ್ರ — ಬಿ. ಕೆ. ತಿರುಮಲಮ್ಮ
ಬಾ... ಅಳಿಲೆ... ಬಾ — ಬಿ. ಕೆ. ತಿರುಮಲಮ್ಮ
ಗೋಲಗುಮ್ಮಟ — ರಾಜಶೇಖರ ಕುಕ್ಕುಂದಾ
ಪುಟಾಣಿ ಪದ್ಯಗಳು — ಡಾ॥ ಪಿ. ನಾರಾಯಣ ಭಟ್
ಸಿಂಡ್ರೆಲಾ ಅಂಬ್ರೆಲಾ — ಚಿಂತಾಮಣಿ ಕೊಡ್ಲೆಕೆರೆ
ಕನ್ನಡ ನಾಡಿನ ಕೂಸುಮರಿ — ಎನ್. ಶ್ರೀನಿವಾಸ ಉಡುಪ
ಕುಂಭಕರ್ಣನ ನಿದ್ದೆ — ಎನ್. ಶ್ರೀನಿವಾಸ ಉಡುಪ

♦ ಮಕ್ಕಳ ಕಥೆಗಳು ಮತ್ತು ಗದ್ಯ ಸಾಹಿತ್ಯ

ಈಸೋಪನ ಲೋಕನೀತಿ ಕಥೆಗಳು	*(ಸಂಗ್ರಹ – ರೂಪಾಂತರ : ಆನಂದ)*
ಟುಂಟುಣಿ ಮತ್ತು ಇತರ ಪುಟಾಣಿ ಕತೆಗಳು	*ಉಪೇಂದ್ರ ಕಿಶೋರ್ ರಾಯ್ ಚೌಧುರಿ (ಅನು : ನಾಗಮಣಿ ಎಸ್. ಎನ್. ಮತ್ತು ಸರಸಿಜ ಆರ್. ಸಿ.)*
ಓದಿ ಕೇಳುವ ಕಥೆಗಳು	*ಬಿ. ಕೆ. ತಿರುಮಲಮ್ಮ*
ಕೆಂಡಸಂಪಿಗೆ ಮತ್ತು ಇತರ ಚಿತ್ರಗಳು	*ಬಿ. ಎಸ್. ರುಕ್ಕಮ್ಮ*
ಅಡ್ವೆಂಚರ್ (ಹೊರಾಂಗಣ ಶಿಕ್ಷಣದ ಮಕ್ಕಳ ಕಾದಂಬರಿ)	*ಬೇದ್ರೆ ಮಂಜುನಾಥ*
ಮರಿಕುದುರೆಯ ಮೈಸೂರು ಕನಸು	*ಕ್ಲಿಂಗ್ ಜಾನ್ಸನ್ (ಅನು : ಡಾ॥ ಮಹಾಬಲೇಶ್ವರ ರಾವ್)*
ಬೀರಬಲ್ಲನ ಬುದ್ಧಿವಂತಿಕೆಯ ಕಥೆಗಳು	*ದು. ನಿಂ. ಬೆಳಗಲಿ*
ಮುಲ್ಲಾ ನಸ್ರುದ್ದೀನ್ : 38 ಹನಿಗತೆಗಳು	*ದು. ನಿಂ. ಬೆಳಗಲಿ*
ಗೋಪಿಯ ಗೊಂಬೆ	*ನಾ. ಡಿಸೋಜ*
ಕಾಡಾನೆಯ ಕೊಲೆ	*ನಾ. ಡಿಸೋಜ*
ಗೂಬಜ್ಜಿಯ ಗೊರಕೆ	*ಎನ್. ಶ್ರೀನಿವಾಸ ಉಡುಪ*
ಆನೆ ಬಂತೊಂದಾನೆ	*ಕಂನಾಡಿಗಾ ನಾರಾಯಣ*
ನವಿಲು ಗರಿ	*ಕಂನಾಡಿಗಾ ನಾರಾಯಣ*
ಬಣ್ಣ – ಮಕ್ಕಳಿಗಾಗಿ ಕಥೆಗಳು	*ಗಣೇಶ ಪಿ. ನಾಡೋರ*
ಸಾಧನೆ	*ಗಣೇಶ ಪಿ. ನಾಡೋರ*
ಹಾರುವ ಬಯಕೆ	*ಗಣೇಶ ಪಿ. ನಾಡೋರ*
ಬೆಳ್ಳಕ್ಕಿ ಮತ್ತು ಬುಲ್‌ಬುಲ್	*ಗಣೇಶ ಪಿ. ನಾಡೋರ*
ವಿಚಿತ್ರ ಗಿಳಿ	*ನವಗಿರಿನಂದ*
ರಾಮನ ಸಾಮರ್ಥ್ಯ	*ನವಗಿರಿನಂದ*
ಮಲ್ಲಿಗೆಯ ಮಳೆ	*ನವಗಿರಿನಂದ*
ಚೌಕಾಸಿಯ ಪಾಠ	*ನವಗಿರಿನಂದ*
ಚಂದಮಾಮನ ಮನೆಗೆ	*ನವಗಿರಿನಂದ*
ಕಥೆಗಳ ತೋರಣ (ಕಥೆ ಓದಿ + ಬಣ್ಣ ತುಂಬಿ) – ಭಾಗ 1	*ಶಾಲಿನಿ ಮೂರ್ತಿ; ಚಿತ್ರಗಳು : ರಘುಪತಿ ಶೃಂಗೇರಿ*
ಕಥೆಗಳ ತೋರಣ (ಕಥೆ ಓದಿ + ಬಣ್ಣ ತುಂಬಿ) – ಭಾಗ 2	*ಶಾಲಿನಿ ಮೂರ್ತಿ; ಚಿತ್ರಗಳು : ಗುಜ್ಜಾರಪ್ಪ*
ಕಥೆಗಳ ತೋರಣ (ಕಥೆ ಓದಿ + ಬಣ್ಣ ತುಂಬಿ) – ಭಾಗ 3	*ಶಾಲಿನಿ ಮೂರ್ತಿ; ಚಿತ್ರಗಳು : ಗುಜ್ಜಾರಪ್ಪ*
ಕಥೆಗಳ ತೋರಣ (ಕಥೆ ಓದಿ + ಬಣ್ಣ ತುಂಬಿ) – ಭಾಗ 4	*ಶಾಲಿನಿ ಮೂರ್ತಿ; ಚಿತ್ರಗಳು : ಗುಜ್ಜಾರಪ್ಪ*
ಕಥೆಗಳ ತೋರಣ (ಕಥೆ ಓದಿ + ಬಣ್ಣ ತುಂಬಿ) – ಭಾಗ 5	*ಶಾಲಿನಿ ಮೂರ್ತಿ; ಚಿತ್ರಗಳು : ಗುಜ್ಜಾರಪ್ಪ*
ಕಥೆಗಳ ತೋರಣ (ಕಥೆ ಓದಿ + ಬಣ್ಣ ತುಂಬಿ) – ಭಾಗ 6	*ಶಾಲಿನಿ ಮೂರ್ತಿ; ಚಿತ್ರಗಳು : ಗುಜ್ಜಾರಪ್ಪ*

♦ ನವಕರ್ನಾಟಕ ಕಿರಿಯರ ಕಥಾಮಾಲೆ

ವಿನೋದ ಕಥೆಗಳು	*ವಿವಿಧ ಲೇಖಕರು (ಸಂಗ್ರಹ : ವಿ. ರಾಮಚಂದ್ರ ಶಾಸ್ತ್ರಿ)*
ನೀತಿ ಕಥೆಗಳು	*ವಿವಿಧ ಲೇಖಕರು (ಸಂಗ್ರಹ : ವಿ. ರಾಮಚಂದ್ರ ಶಾಸ್ತ್ರಿ)*
ನೀತಿ–ನಡತೆಯ ಕಥೆಗಳು	*ವಿವಿಧ ಲೇಖಕರು (ಸಂಗ್ರಹ : ವಿ. ರಾಮಚಂದ್ರ ಶಾಸ್ತ್ರಿ)*
ಜಾಣ ಕಥೆಗಳು	*ವಿವಿಧ ಲೇಖಕರು (ಸಂಗ್ರಹ : ವಿ. ರಾಮಚಂದ್ರ ಶಾಸ್ತ್ರಿ)*
ಪ್ರಾಣಿ–ಪಕ್ಷಿಗಳ ಕಥೆಗಳು	*ವಿವಿಧ ಲೇಖಕರು (ಸಂಗ್ರಹ : ವಿ. ರಾಮಚಂದ್ರ ಶಾಸ್ತ್ರಿ)*
ಸಾಹಸ ಕಥೆಗಳು	*ವಿವಿಧ ಲೇಖಕರು (ಸಂಗ್ರಹ : ಸಹನ)*
ಕಾಡಿನ ಕಥೆಗಳು	*ವಿವಿಧ ಲೇಖಕರು (ಸಂಗ್ರಹ : ಸಹನ)*
ಮನರಂಜನೆಯ ಕಥೆಗಳು	*ವಿವಿಧ ಲೇಖಕರು (ಸಂಗ್ರಹ : ಸಹನ)*
ವಿಜ್ಞಾನದ ರಮ್ಯ ಕಥೆಗಳು	*ವಿವಿಧ ಲೇಖಕರು (ಸಂಗ್ರಹ : ಸಹನ)*
ದೇಶ–ವಿದೇಶಗಳ ವಿನೋದ ಕಥೆಗಳು	*(ಸಂಗ್ರಹ – ರೂಪಾಂತರ : ಶಾಂತಾರಾಮ ಸೋಮಯಾಜಿ)*
ಚಿಟ್ಟೆ ಹಾಡು ಮತ್ತು ಇರುವೆ ಮದುವೆ	*(ಸಂಗ್ರಹ – ರೂಪಾಂತರ : ಶಾಂತಾರಾಮ ಸೋಮಯಾಜಿ)*
ಚೀನಾದ ಚಿಟ್ಟೆ ಕಥೆಗಳು (ಪ್ರಾಚೀನ ಚೀನಾದ ಮಕ್ಕಳ ನೀತಿಕಥೆಗಳು)	*(ಸಂಗ್ರಹ – ರೂಪಾಂತರ : ಬೇದ್ರೆ ಮಂಜುನಾಥ)*
ಪುಟಾಣಿ ಕಥೆಗಳು	*ಪ. ರಾಮಕೃಷ್ಣ ಶಾಸ್ತ್ರಿ*

♦ **ಇನ್ಫಿನಿಟಿ – ನವಕರ್ನಾಟಕ ಪಂಚತಂತ್ರದ ಕಥೆಗಳು** (ವರ್ಣರಂಜಿತ ಸಚಿತ್ರ ಪುಸ್ತಕಗಳು)

1. ಮದುಮಗನಾದ ಹಾವು ಮತ್ತು ಕತ್ತೆಯ ಸಂಗೀತ ; 2. ಆನೆ ಕಲಿಸಿದ ಪಾಠ ಮತ್ತು ಇಲಿಗಳ ತಾತ್ಸಾರ
3. ಇಲಿಗಳ ಮೂರ್ಖತನ ಮತ್ತು ಆನೆಗೆ ಬುದ್ಧಿ ಕಲಿಸಿದ ಜೇನುನೊಣ ; 4. ಸುಳ್ಳಿಗೆ ತಕ್ಕ ಶಾಸ್ತಿ ಮತ್ತು ಜಾಣ ಮೊಲ
5. ಸ್ನೇಹಿತರೆಂದರೆ ಹೀಗಿರಬೇಕು ಮತ್ತು ಕೋತಿಯ ಹೃದಯ ಮರದ ಮೇಲೆ

♦ **ಪರಾಗ್ ಮಾಲಿಕೆ** (ವರ್ಣರಂಜಿತ ಸಚಿತ್ರ ಪುಸ್ತಕಗಳು)

ಜಮ್ಲೊ ಹೆಜ್ಜೆ ಹಾಕುತ್ತಾಳೆ — *ಸಮೀನಾ ಮಿಶ್ರಾ, ಚಿತ್ರಗಳು : ತಾರೀಖ್ ಅಜೀಜ್ (ಅನು : ಬೇದ್ರೆ ಮಂಜುನಾಥ)*
ನಂ ತಪ್ಪಲ್ಲ — *ಎನ್. ಶ್ರೀನಿವಾಸ ಉಡುಪ, ಚಿತ್ರಗಳು : ರುಚಿ ಮ್ಹಸಾಣೆ*
ಬಹುಮಾನ ಗೆದ್ದ ಗೂಡು — *ನೀಲಾಂಬರಿ, ಚಿತ್ರಗಳು : ಕವಿತಾ ಸಿಂಗ್*
ಅಂಬುಗ ಎಂಬ ಹಕ್ಕಿ — *ನಾ. ಡಿಸೋಜ, ಚಿತ್ರಗಳು : ಉಮಾ ಕೃಷ್ಣಸ್ವಾಮಿ*
ಕೊಡೆ ಅಂಕಲ್ — *ಆನಂದ ಪಾಟೀಲ, ಚಿತ್ರಗಳು : ಅಶೋಕ್ ರಾಜಗೋಪಾಲನ್*
ಪುಟ್ಟಿಯೂ ಹಾರುತ್ತಿದ್ದಳು — *ತಮ್ಮಣ್ಣ ಬೀಗಾರ, ಚಿತ್ರಗಳು : ನ್ಯಾನ್ಸಿ ರಾಜ್*

♦ **ಕಿಂಡರ್ ಕಥಾ ಮಾಲಿಕೆ** (8ರಿಂದ 12 ವರ್ಷದ ಮಕ್ಕಳಿಗಾಗಿ ವರ್ಣರಂಜಿತ ಸಚಿತ್ರ ಪುಸ್ತಕಗಳು)

ಜೈ ಭೀಮ್ — *ವಿಕಾಸ ಆರ್. ಮೌರ್ಯ; ಚಿತ್ರಗಳು : ಸುರೇಶ್ ಆರ್. ಅರ್ಕಸಾಲಿ*
ಅಮ್ಮನ ಊರು — *ಶರಧಿ ಹುಲ್ಸೆ ; ಚಿತ್ರಗಳು : ಹರಿಶ್ಚಂದ್ರ ಶೆಟ್ಟಿ (ಹರಿಣಿ)*
ಮಳೆ ಎಲ್ಲಿ ಸಿಗುತ್ತೆ...? — *ಸೋಮು ಕುದರಿಹಾಳ; ಚಿತ್ರಗಳು : ನಿಖಿಲಾ ಅನಿಲ್*
ಯಾವ ನಲ್ಲಿ ಯಾವ ಪೈಪು — *ಶ್ರುತಿ ರಾವ್; ಚಿತ್ರಗಳು : ಬಿ. ಜಿ. ಗುಜ್ಜಾರಪ್ಪ*
ಮುನ್ನಿಗೆ ಮದುವೆ — *ಡಾ॥ ಕೆ. ಎಸ್. ಚೈತ್ರಾ; ಚಿತ್ರಗಳು : ಮುರಳೀಧರ ಎನ್. ಜಿ.*
ಗಣಿತ ಕಲಿತ ಗಿಣಿ — *ಹೂರ್ ಬಾನು; ಚಿತ್ರಗಳು : ಮೋಹನ್ ಎಂ.*
ಅಜ್ಜನಿಗೊಂದು ದೋಣಿ — *ಪಲ್ಲವಿ ರಾವ್; ಚಿತ್ರಗಳು : ರಘುಪತಿ ಶೃಂಗೇರಿ*
ಹಳದಿ ಟೋಪಿಯ ಹಕ್ಕಿ — *ರಾಧಿಕಾ ವಿಟ್ಲ; ಚಿತ್ರಗಳು : ನಾಗನಾಥ್ ಜಿ. ಎಸ್.*
ಕಡಲೆ ಬೀಜ ಕಳ್ಳ — *ಶೇಷಗಿರಿ ಆರ್. ಕುಲಕರ್ಣಿ; ಚಿತ್ರಗಳು : ವೆಂಕಟೇಶ ಆರ್. ದೇಸಾಯಿ*
ಸಹಬಾಳ್ವೆ — *ವಿದ್ಯಾ ಶಂಕರ್; ಚಿತ್ರಗಳು : ಸಂತೋಷ್ ಸಸಿಹಿತ್ಲು*

♦ **ಕಿಂಡರ್ ಕಥಾ ಮಾಲಿಕೆ** (12ರಿಂದ 16 ವರ್ಷದ ಮಕ್ಕಳಿಗಾಗಿ)

ಸಂಜ್ಞಾನ — *ಡಾ॥ ರೋಹಿಣಿ ಶಿವಾನಂದ್; ಚಿತ್ರಗಳು : ನಾಗನಾಥ್ ಜಿ. ಎಸ್.*
ದಿನಕರನೊಂದಿಗೆ ದನಕರು — *ಡಾ॥ ಬಸು ಬೇವಿನಗಿಡದ; ಚಿತ್ರಗಳು : ಮುರಳೀಧರ ಎನ್. ಜಿ.*
ಗುಬ್ಬಿಯ ಬ್ರಹ್ಮಾಸ್ತ್ರ — *ಕೊಳ್ಳೆಗಾಲ ಶರ್ಮ; ಚಿತ್ರಗಳು : ರಘುಪತಿ ಶೃಂಗೇರಿ.*
ಜರ್ನಿ ವಿದ್ ಗೌರಿ — *ಎಂ. ಜಿ. ರಾಜೀವಗೌಡ; ಚಿತ್ರಗಳು : ಮೋಹನ್ ಎಂ.*
ಟ್ರಿಣ್–ಟ್ರಿಣ್... ಹಲೋ ಮಕ್ಕಳ ಸಹಾಯವಾಣಿ — *ಪರಮೇಶ್ವರಯ್ಯ ಸೊಪ್ಪಿನಮಠ; ಚಿತ್ರಗಳು : ವಿಜಯಶ್ರೀ ನಟರಾಜ್*
ನನ್ನ ಹಣ, ನನ್ನ ಬ್ಯಾಂಕು — *ನಾಗೇಶ ಜಿ. ವೈದ್ಯ; ಚಿತ್ರಗಳು : ಸಂತೋಷ್ ಸಸಿಹಿತ್ಲು*
ಹುಡ್ಗನ ಹುಡ್ಗಿನ? — *ರಶ್ಮಿ ರವಿಕುಮಾರ; ಚಿತ್ರಗಳು : ಶ್ರೀನಿವಾಸಮೂರ್ತಿ ಕೆ. ಎಸ್.*
ಸರ್ವಾಂತರ್ಯಾಮಿ — *ಮೈತ್ರಿ ಬೆಂಗಳೂರು; ಚಿತ್ರಗಳು : ಹರಿಶ್ಚಂದ್ರ ಶೆಟ್ಟಿ (ಹರಿಣಿ)*

♦ **ಎಳೆಯರಿಗಾಗಿ ವಿಜ್ಞಾನ**

ಎಳೆಯರಿಗಾಗಿ ಮಿದುಳಿನ ಕಥೆ — *ಪರಿಕಲ್ಪನೆ, ಪಠ್ಯ : ಡಾ॥ ಶ್ರೀನಿವಾಸ್ ಭರತ್, ಚಿತ್ರಗಳು, ವಿನ್ಯಾಸ : ಅರಸ್*
ಪುಟ್ಟ ಪುಟಾಣಿಯ ದೊಡ್ಡ ಕತೆ — *ಪಿ. ವೆಂಕಟಕೃಷ್ಣನ್, ಬಿ. ಎಸ್. ಶೈಲಜಾ*
ಸುಣ್ಣದಿಂದ ಅಮೃತಶಿಲೆ (ವಿಜ್ಞಾನ ಕಥೆಗಳು – ಭೌತವಿಜ್ಞಾನ) — *ಎಲ್. ಎಸ್. ಶ್ಯಾಮಸುಂದರ ಶರ್ಮ*
ಎಲ್ಲಿಂದ ಬಂತು ಬೂಸ್ಟ್ ? (ವಿಜ್ಞಾನ ಕಥೆಗಳು – ಜೀವವಿಜ್ಞಾನ) — *ಎಲ್. ಎಸ್. ಶ್ಯಾಮಸುಂದರ ಶರ್ಮ*
ದೇಹಲೋಕದಲ್ಲಿ ಪುಟ್ಟ — *ಡಾ॥ ಎ. ಸುಬ್ಬರಾವ್*
ಬೆಳಕು — *ಗಾಯತ್ರಿ ಮೂರ್ತಿ*
ಶಬ್ದಲೋಕ — *ಗಾಯತ್ರಿ ಮೂರ್ತಿ*
ಶಾಖ — *ಗಾಯತ್ರಿ ಮೂರ್ತಿ*
ಗಾಳಿ — *ಗಾಯತ್ರಿ ಮೂರ್ತಿ*
ನೀರು — *ಗಾಯತ್ರಿ ಮೂರ್ತಿ*